Frog and the Wide World / English–Vietnamese

Milet Publishing Limited
PO Box 9916
London W14 OGS
England
Email: info@milet.com
Website: www.milet.com

First English–Vietnamese dual language edition published by
Milet Publishing Limited in 2000
First English edition published in 1998 by Andersen Press Ltd

ISBN 1 84059 199 4

Typeset by Typesetters Ltd
Printed and bound in Italy

Ếch và Thế Giới Vĩ Đại
Frog and the Wide World

Max Velthuijs

Vietnamese translation by Kim Wood

MILET

Chuột đứng trên đỉnh đồi và nhìn về hướng chân trời.
"Thế giới thật đẹp," anh ta thở dài. Và ngay lập tức anh ta muốn dụng dậy.
"Bây giờ đến lúc tôi phải lên cuộc hành trình."

Rat stood on the top of a hill and looked out towards the horizon.
"The world is quite beautiful," he sighed. And at once he felt restless.
"It is time for me to go on my travels."

Sáng sớm hôm sau, anh ta xếp đầy bị đeo lưng với đồ vật anh ta sẽ cần, và đủ đồ ăn trong thời gian cuộc hành trình. Xong anh ta bắt đầu đi, rất hăn lên đường mạo-hiểm.

Early the next morning, he filled his rucksack with things he might need, and provisions to last him the journey. Then he started on this way, eager for adventure.

Anh ta chưa đi xa khi nghe tiếng la. "Chờ tôi với!" Anh ta nhìn chung quanh, và thấy Ếch vội vã đi theo hướng anh ta.
"Chuột!" Ếch nói. "Anh đi đâu vậy?"
"Thế giới vĩ đại," Chuột nói. "Đi tìm cuộc mạo hiểm."

He hadn't gone far when he heard a shout. "Wait for me!" He looked round, and saw Frog hurrying towards him.
"Rat!" said Frog. "Where are you going?"
"Out into the wide world," said Rat. "To seek adventure."

"Tôi đi theo anh được không?" Ếch hỏi thật mừng rỡ.
"Nhất định là không!" Chuột la lên. "Anh nhỏ quá không thể nào đi theo một cuộc hành trình dài nổi."
"Ồ, xin làm ơn anh Chuột. Tôi có thể nhỏ nhưng tôi rất khoẻ. Tôi có thể mang đồ. Và hai vui hơn một."

"May I come with you?" asked Frog in great excitement.
"Absolutely not!" exclaimed Rat. "You are far too small for such a long journey."
"Oh, please, Rat. I'm small but I'm strong. I'll carry things. And two is more fun than one."

"Vậy mau lên đi," Chuột nói. "Nhưng đừng đi chậm!"
Như thế hai anh bạn đi ra thế giới vĩ đại. Ếch mang bị đeo lưng và Chuột dẫn đầu. "Đây đẹp quá," Ếch nói sau một lúc. "Rất khác ở nhà." Anh ta chưa bao giờ đi xa như vậy.

"Come on, then," said Rat. "But don't fall behind!"
So together the two friends went out into the wide world. Frog carried the rucksack and Rat led the way. "This is pretty," said Frog after a while. "It's different from home." He had never been so far afield before.

Sau khi đi một khúc, Ếch ngồi xuống. "Tôi đói bụng," anh ta nói.
"Khi nào chúng ta ăn trưa?"
"Cái gì?" Chuột la lên. "Chúng ta vừa mới lên đường!"

After they had walked a little further, Frog sat down. "I'm hungry," he said.
"When can we have lunch?"
"What?" exclaimed Rat. "We've only just started our journey!"

Tuy vậy, anh ta lấy hai ổ bánh mì trét bơ đậu phọng ra từ trong bị. Anh ta cũng sẵn sàng ăn một chút. "Nhưng đây chỉ là bữa ăn lót dạ," anh ta nói nghiêm khắc.
"Con đường còn dài."

All the same, he took two peanut-butter sandwiches from the rucksack. He was ready for a bite to eat himself. "It's only a snack, mind," he said sternly. "We still have a long way to go."

Khi ăn xong, hai anh bạn tiếp tục đi. "Mình gần tới chưa?" Ếch hỏi.
"Tới đâu?" Chuột trả lời. "Thế giới vĩ đại," Ếch nói.
"Làm sao tới rồi cho được?" Chuột nói mất kiên nhẫn. "Chúng ta vừa mới
rời nhà."

When they had finished, they set out once more. "Are we nearly there?" asked Frog.
"Where?" replied Rat. "The wide world," said Frog.
"How can we be?" said Rat impatiently. "We've hardly left home."

Khi bọn họ ngừng lại, mặt trời đã gần lặng. Ếch xụp xuống đất.
"Tôi mệt quá. Tôi đi không nổi nữa," anh ta than phiền. "Khi nào chúng ta trở về nhà?" "Về nhà?" Chuột quá sức ngạc nhiên. "Không bao giờ! Đây là chỗ chúng ta ngủ đêm."

When they stopped walking, the sun had almost set. Frog collapsed on the ground.
"I'm tired. I can't walk any further," he moaned. "When are we going home?"
"Home?" Rat was astonished. "None of that! This is where we're going to spend the night."

Chuột chọn một chỗ ấm cúng và bọn họ nằm xuống nghỉ. "Chuột," Ếch nói sau một thời gian, "Tôi ngủ không được." "Nhắm mắt và nghĩ đến những gì anh thích nhất," Chuột nói. Ếch cố gắng nhưng vẫn không ngủ được. Anh ta có thể nghe tiếng động kỳ lạ. Có thể đó là sư tử . . . hay cọp.

Rat chose a comfy spot and they both lay down to rest. "Rat," said Frog after a little while, "I can't sleep." "Close your eyes and think of your favourite things," said Rat. Frog tried but it didn't work. He could hear strange noises. It was probably lions . . . or tigers.

Khi trời sáng, Ếch không muốn thức dậy. Nhưng Chuột rất cứng, và bọn họ lên đường, lên đồi và xuống thung lũng, trên thế giới vĩ đại. "Bây giờ mình gần tới chưa?" Ếch thở hổn hển. "Chưa gần," Chuột nói. "Nếu anh muốn thấy bất cứ những gì trên thế giới vĩ đại nầy anh phải kiên nhẫn."

When morning came, Frog didn't want to get up. But Rat was firm, and off they set, up hill and down dale, into the wide world. "Are we nearly there now?" panted Frog. "Not nearly," said Rat. "If you want to see anything of the wide world you have to persevere."

Bỗng thình lình, trời bắt đầu tối. Mặt trời đã lặng sau đám mây và mưa bắt đầu rơi, lúc đầu nhẹ nhàng nhưng sau đó mạnh hơn và mạnh hơn. Hai anh bạn chạy nhanh vào chỗ trú.

Suddenly, the sky grew dark. The sun disappeared behind the clouds and it began to rain, softly at first but then harder and harder. The two friends rushed for shelter.

Bọn họ khô nhưng Ếch bị lạnh.
"Tôi không biết bên nhà ra sao," anh ta nói với vẻ ước ao. "Tôi không biết Heo có khoẻ không? Và Vịt và Thỏ?"
"Mưa ngừng rồi," Chuột nói. "Mau lên!"

They were dry but Frog was cold.
"I wonder how things are at home," he said wistfully. "I wonder how Pig is? And Duck and Hare?"
"The rain has stopped," said Rat. "Come on!"

Bọn họ đi và đi cho đến khi tới đám núi rừng rú, hoang vu. Họ leo lên, qua tảng đá và hòn đá.
"Nhìn đây! Quá đẹp không?" Chuột la lên. Nhưng Ếch đã té, đầu dưới chân trên, và không thấy được gì hết.

They walked and walked until they came to some wild, deserted mountains. Up they clambered, over rocks and stones.
"Look at this! Isn't this fantastic?" called Rat. But Frog had fallen, head over heels, and couldn't see anything.

"Tôi nghĩ tôi bị gẫy chân," Ếch vừa khóc vừa lụng cụng đi theo.
"Chân tôi đau quá, tôi đi không nổi."
"Như thế chúng ta sẽ không đi đến đâu hết," Chuột cầu-nhầu. "Từ bây giờ trở đi, tôi sẽ cõng anh."

"I think my foot is broken," wept Frog as he stumbled on.
"It hurts so much, I can hardly walk."
"This will get us nowhere," grumbled Rat. "From now on, I'll carry you."

Anh ta nhất Ếch lên lưng và tiếp tục đi.
"Có thể Heo đang làm bánh," Ếch nói. "Và tôi không biết Vịt và Thỏ đang làm gì? Chúng ta lúc nào cũng chơi vui ở nhà."

He lifted Frog onto his back and marched on.
"Perhaps Pig is baking a cake," said Frog. "And I wonder what Duck and Hare are doing? We always have such fun together, at home."

"Anh còn nguyên cuộc đời ngồi ở nhà," Chuột nói. "Ngay bây giờ, chúng ta trên đường đi ra xứ ngoài. Nhìn chung quanh anh! Anh có thấy cảnh đẹp không? Và bất cứ chỗ nào cũng mới."

"You have the rest of your life to sit around at home," said Rat. "Right now, we're on our way to foreign lands. Look around you! See how beautiful it is? And everywhere is the unknown."

Sau cùng đến khi họ tới một đồng bằng cỏ, Chuột đặt Ếch xuống.
"Tôi quá mệt," anh ta nói. "Chúng ta sẽ ngủ ở đây."

When at last they reached a grassy plain, Rat put Frog down.
"I'm exhausted," he said. "We shall sleep here."

"Ở đây?" Ếch hỏi, khiếp sợ. "Ở nhà cái giường nhỏ của tôi là cái giường tốt
nhất trên thế giới . . . " Nhưng Ếch cũng mệt, và anh ta mau ngã xuống ngủ.

"Here?" asked Frog, dismayed. "At home I have the best little bed in all the world . . . "
But Frog was tired, too, and he soon fell fast asleep.

Nhưng khi anh ta thức dậy ngày hôm sau, Ếch ngồi đó rất buồn rầu.

But when they awoke the following morning, Frog just sat there in a miserable heap.

"Chuột, tôi không khoẻ. Tôi bịnh quá. Tôi không muốn đi ra thế giới vĩ đại, tôi nhớ nhà quá!"
"Anh quá nhỏ để có thể đi theo một cuộc hành trình vòng thế giới," Chuột nói. "Anh không có bịnh, anh chỉ nhớ nhà."

"Rat, I'm not well. I feel so ill. I don't want to go to the wide world. I miss home so much!"
"You're just too small for a trip around the world," said Rat. "You're not ill, you're homesick."

"Nhớ nhà?" Ếch nhẩy lên sợ hãi. "Có nặng lắm không?"
"Không nặng lắm," Chuột nói. "Khi về đến nhà anh sẽ khoẻ lại."
"Nhà . . . " Ếch mơ màng rên rỉ.
"Đúng vậy," Chuột nói. "Chúng ta trở về nhà."

"Homesick?" Frog jumped up in alarm. "Is that very bad?"
"Not very," said Rat. "You'll be better once you're home."
"Home . . . " murmured Frog dreamily.
"That's it," said Rat. "We're going back."

Ếch hết cần được cõng nữa. Anh ta chạy trước, về gặp Heo và Vịt và Thỏ. Chuột phải cười.

"Anh không ngại trở về nhà?" Ếch hỏi.

"Không, không," Chuột nói. "Tôi cũng nhớ nhà một chút. Như vậy mới đúng."

Frog didn't need to be carried any longer. He bounded on ahead, back to Pig and Duck and Hare. Rat had to laugh.

"Do you mind going back?" asked Frog.

"No, no," said Rat. "I was also missing home a bit. That's how it should be."

Sau cùng, sau cả tiếng đi bộ, Ếch la lên. "Nhìn kìa! Chúng ta gần đến rồi!"
Và đúng như vậy, từ nơi xa, bọn họ thấy Heo và Vịt và Thỏ đứng chờ.
Ếch chạy như bay về hướng bạn mình, như anh ta có cánh vậy.

At last, after hours of walking, Frog gave a shout. "Look! We're nearly there!"
And, sure enough, in the distance they saw Pig and Duck and Hare waiting for them.
Frog flew towards his friends as if he had wings.

"Chào mừng về nhà!" Thỏ la lên. "Cuộc hành trình các bạn như thế nào?"
"Rất tốt!" Ếch ca lên. "Thế giới vĩ đại quá đẹp."

"Welcome home!" called Hare. "How was your trip?"
"Fantastic!" sang Frog. "The wide world is so beautiful."

"Và chúng tôi gặp nhiều sự mạo hiểm. Có sư tử và cọp và . . . "
"Vô nhà lập tức," Heo nói, "và kể hết cho cúng tôi nghe. Tôi vừa mới làm bánh và chắc các anh đói bụng."
Đó đúng là những gì Ếch muốn nghe.

"And we've had *such* adventures. There were lions and tigers and . . . "
"Come inside at once," said Pig, "and tell us all about it. I have just baked a cake and you must be hungry."
That was just what Frog wanted to hear.

Bọn họ ngồi quanh bàn ăn bánh thật ngon cũa Heo, trong khi Ếch diễn tả cơn bão ghê gớm và bọn họ can đảm như thế nào; những núi bọn họ leo và những cảnh bọn họ thấy. "Nhưng không có gì bằng nhà hết," Ếch nói, và anh ta nghĩ một cách sung sướng đến cái giường nhỏ và ấm cúng của mình.

They sat around the table eating Pig's delicious cake, while Frog described the terrible storm and how brave they had been; the mountains they had climbed and the sights they had seen. "But there's still no place like home," said Frog, and he thought happily to himself of his own, nice, warm, little bed.